હિમાલય

મિહિર જાગૃતિ વોરા

Made with ♥ on the Notion Press Platform
www.notionpress.com

આ પુસ્તક હું મારા માતા પિતા , મોટા ભાઈ ભાભી અને નાની પ્રિય ભત્રીજી ને અર્પણ કરું છું .

સામગ્રી

પ્રસ્તાવના

આ પુસ્તક માં મારા આજકાલ દૈનિક માં આવેલા મારી કોલમ એક નઝર ના લેખ છે.૨૦૦૫ થી ૨૦૧૮ સુધી મારા લેખ આ કોલમ માં આવ્યા હતા.

સ્વીકૃતિઓ

આ પુસ્તક માટે મેં વિવિધ લેખ આધારિત માહિતી વિકિપીડિયા ,લેખ ને લાગતા આવેલા વિવિધ અખબારી અહેવાલ અને જે તે લેખક ના લેખ ના સંદર્ભો નો સહારો લીધો છે તે સૌ નો હું આભાર માનું છું .

અનુક્રમણિકા

- હિમાલય

1
હિમાલય

મિત્રો હિમાલય પુસ્તક માં મેં હિમાલય ઉપર લખાયેલ ગુજરાતી નિબંધ ગુજરાતી લેખ ગુજવિશ્વકોશ, ઈન્ટરનેટ,વિકિપીડિયા અને વિવિધ અખબારી અહેવાલ, બ્લોગ, વેબ સાઈટ , ગુગલ ફોટો માંથી માત્ર માહિતી આપી છે .

આમાં એક પણ શબ્દ મારો નથી જેની નોંધ લેજો , આ માહિતી સાચી છે કે ખોટી તેની તપાસ કરજો અને પછીજ વાસ્વિકતા સ્વીકારજો.

આ તો માત્ર ઈન્ટરનેટ દુનિયામાંથી સીધી લીધેલી માહિતી છે જે સાચી કે ખોટી છે તેનું કોઈ પણ જાતનું સમર્થન આ પુસ્તક કે લેખક કરતા નથી જેની નોંધ લેજો.

હિમાલય ગુગલ ફોટો

હિમાલય બે સંસ્કૃત શબ્દોથી બનેલો છે- 'હિમ' (બરફ)અને 'આલય' (સ્થળ)- બરફનું સ્થળ એટલે કે હિમાલય. પ્રાચીન સમયમાં હિમાલયે આપણા સાધુ-સંતોને તેમની તપોભૂમિ બનાવવા માટે આકર્ષિત કરેલા તો આજના યુગમાં પર્વતારોહકો તેને એક પડકાર તરીકે સલામ કરે છે. હિમાલયની સુંદરતા તેની વિવિધતામાં છે.

અહીં ઊંચાં-ઊંચાં શિખરો, ઘણાં લાંબા અનેક ચોરસ કિ.મી.માં પથરાયેલા ગ્લેશિયર, ખૂબ ઊંડાં સરોવરો અને તાજા પાણીની નદીઓ, જટિલ ભૂસ્તરીય સંરચનાઓ અને અનોખા જીવ-જંતુ તેમજ વનસ્પતિ તેને કુદરતી રીતે અલૌકિક બનાવે છે.

પરંતુ છેલ્લા કેટલાક વીતેલા દાયકાઓ દરમિયાન આકાર લેતા ક્લાઇમેટ ચેન્જે કરોડો વર્ષો જૂના હિમાલયને પણ 'હચમચાવી' નાખ્યો છે. ક્લાઇમેટ ચેન્જ માટે ચોક્કસપણે માનવીઓની બેફામ ઔદ્યોગિક પ્રવૃત્તિઓ જવાબદાર છે.

ધીરે-ધીરે તેની અસર સમગ્ર માનવ-સમાજ પર પણ જોવા મળી રહી છે. સમય જતાં આ અસર વધુ ગંભીર બનશે. આવા સંજોગોમાં હિમાલયને બચાવવો જરૂરી છે.

આજે જે જગ્યાએ હિમાલય છે ત્યાં ટેથિસ નામનો સમુદ્ર હતો. આ જુરાસિક સમયગાળો લગભગ 20 થી 14.5 કરોડ વર્ષ પહેલાંની વાત છે. આ ટેથિસ એક વિશાળ પરંતુ છીછરો સમુદ્ર હતો. તેની આસપાસ બે વિશાળ ભૂખંડ હતા. એક તરફ યુરોશિયા અને બીજી બાજુ ગોંડવાનાલેન્ડ ભારતીય પ્લેટ.

કરોડો વર્ષો દરમ્યાન આ બંને ભૂખંડો એકબીજા તરફ આગળ વધતાં ગયા. આને કારણે, ટેથિસ સમુદ્રના પાણીમાં કાદવ એકઠો થવા લાગ્યો અને ધીરે ધીરે પાણી ઓછું થવા લાગ્યું. બે વિરોધી દિશાઓના દબાણને કારણે સમુદ્રમાં જામ થયેલા માટી-કાદવ વગેરેની સપાટી ઉપરની તરફ ખસતી ગઈ.

આ ક્રિયા સતત ચાલુ રહી અને આશરે અઢી કરોડ વર્ષો પહેલા આ ક્રિયાના પરિણામ સ્વરૂપ હિમાલયની રચના થઇ. હિમાલયના નિર્માણ પહેલા દરિયો હતો તેની પુષ્ટિ એ તથ્ય ઉપરથી પણ કરી શકાય છે જે મુજબ માઉન્ટ એવરેસ્ટનું શિખર દરિયાઈ ચુનાના પથ્થરોથી બનેલું છે. દર વર્ષે 5 મીમી વધે છે હિમાલયની ઊંચાઈ: ભારતીય પ્લેટ હજી પણ 65 મીમીની ઝડપે આગળ વધી રહી છે. પરિણામે, હિમાલયની ઊંચાઈ દર વર્ષે સરેરાશ પાંચ મીમી જેટલી વધે છે.

1954 માં સૌથી ઊંચા શિખર માઉન્ટ એવરેસ્ટની ઊંચાઈ 8848 મીટર હતી, હવે તેમાં 0.86 મીટરનો વધારો થયો છે. હિમાલય કુલ 5,95,000 ચોરસ કિલોમીટર વિસ્તારમાં ફેલાયેલો છે. તેની લંબાઈ જોતાં તે પશ્ચિમમાં પાકિસ્તાનના કબજા હેઠળના કાશ્મીરથી લઇ પૂર્વમાં તિબેટ સુધી, લગભગ 2500 કિલોમીટર સુધી વિસ્તરેલો છે.

તેની પહોળાઈ જોતાં તે દક્ષિણથી ઉત્તરની વચ્ચે વિવિધ સ્થળોએ 200થી 400 કિ.મી. છે. 6 દેશોમાં હાજરી: હિમાલય પર્વત માળા 6 દેશો - ભારત, નેપાળ, ભૂતાન, તિબેટ (ચીન), અફઘાનિસ્તાન અને પાકિસ્તાન સુધી વિસ્તરેલી છે. નેપાળ અને ભૂટાન તો હિમાલય ક્ષેત્રમાં જ વસેલા છે.

હિમાલય વિશ્વની એકમાત્ર પર્વતમાળા છે જે આટલાં બધા દેશોમાં ફેલાયેલી છે. વિશ્વનાં પાંચેય સૌથી ઊંચાં શિખરો, હિમાલય-કારાકોરમમાં : વિશ્વમાં ઓછામાં ઓછ 109 શિખરો છે, જેની ઊંચાઈ સમુદ્રસ્તરથી 7200 મીટરથી વધુ છે. આમાંના મોટાભાગનાં શિખરો હિમાલયના ક્ષેત્રમાં છે. તેમાં વિશ્વનું સૌથી ઊંચું શિખર માઉન્ટ એવરેસ્ટનો પણ સમાવેશ થાય છે. > માઉન્ટ એવરેસ્ટ: 8848.86 મીટર > કે-2: 8611 મીટર > કાંચનજંઘા: 8586 મીટર > લહોસ્તે: 8516 મીટર > મકાલુ: 8463 મીટર બરફની દૃષ્ટિએ ત્રીજા સ્થાન પર : એન્ટાર્કટિકા અને આર્કટિક પછી, સૌથી વધુ બરફ હિમાલય રેન્જમાં જ જામેલો છે. તેથી જ તેને 'થર્ડ પોલ' પણ કહેવામાં આવે છે.

અહીં ગંગોત્રી અને યમુનોત્રી જેવા ગ્લેશિયર્સ સહિત ઓછામાં ઓછ 15 હજાર વિશાળકાય ગ્લેશિયર્સ આવેલા છે. ગંગોત્રી લગભગ 30 કિમી લાંબી અને 2 થી 4 કિમી પહોળી છે. ગંગાનો ઉદ્‌ભવ અહીંથી જ થાય છે. તાજેતરનાં વર્ષોમાં વૈશ્વિક ક્લાઇમેટ ચેન્જને કારણે ગ્લેશિયરો પણ પ્રભાવિત થયા છે.

ભૂતાનના હિમાલય ક્ષેત્રમાં પાછલા વર્ષો દરમિયાન ઘણા ગ્લેશિયર તળાવો રચાયા છે. આવનારા દાયકાઓમાં તેની મનુષ્ય અને પ્રકૃતિ પર ગંભીર અસર પડશે. હિમાલયમાં સરોવરો : હિમાલય ક્ષેત્રમાં ઘણા સરોવર આવેલા છે. આમાં સૌથી પ્રખ્યાત માનસરોવર છે જે કૈલાસ પર્વત નજીક 420 વર્ગ કિલોમીટરમાં ફેલાયેલું છે.

તે સમુદ્રતળથી 4590 મીટરની ઊંચાઈ પર આવેલું છે. એક મહત્ત્વપૂર્ણ તળાવ પેંગોન તળાવ પણ છે જે ભારત-ચીન બંને દેશોમાં સ્થિત છે. જોકે, હિમાલય ક્ષેત્રમાં સૌથી મોટું તળાવ યમદ્રોક તળાવ છે, જે લગભગ 700 ચોરસ કિલોમીટરમાં ફેલાયેલું છે. અહીંના ઘણા સરોવરોને સંયુક્ત રાષ્ટ્રની 'રામસર સાઇટ્સ' તરીકે માન્યતા પ્રાપ્ત છે.

ભારતનાં 9 રાજ્યો અને 2 કેન્દ્રશાસિત પ્રદેશો સંપૂર્ણપણે હિમાલય ક્ષેત્રમાં સ્થિત છે. આ છે: હિમાચલ પ્રદેશ, ઉત્તરાખંડ, સિક્કિમ, અરુણાચલ પ્રદેશ, નાગાલેન્ડ, મણિપુર, મિઝોરમ, ત્રિપુરા, મેઘાલય, જમ્મુ અને કાશ્મીર તથા લદ્દાખ. આસામના બે જિલ્લા અને પશ્ચિમ બંગાળનો એક જિલ્લો ભારતીય હિમાલય ક્ષેત્રમાં સ્થિત છે. સમગ્ર

ભારતીય ઉપખંડમાં મોટાભાગના વિસ્તારોમાં પાણીનો પુરવઠો આ પ્રદેશમાંથી મળે છે.

હિમાલય ગુગલ ફોટો

આપણા પૃથ્વી હેઠળ અનેક સ્તરોમાં પ્લેટો છે જે આગળ વધી રહી છે. ઘણી વખત આ પ્લેટ મધ્યથી ઉગે છે અને એકબીજા સાથે ટકરાય છે, જેની અસર અને પરિવર્તન પૃથ્વી પર જોવા મળે છે. હિમાલયની રચના પૃથ્વીની નીચે સામ સામે બે પ્લેટો ભારતીય અને યુરેશિયન પ્લેટો ને ટકરાવીને રચાય છે.

જ્યારે આ પ્લેટો ટકરાઈ જાય છે, ત્યારે ફોલ્ટ લાઇનો બનાવવામાં આવે છે. ત્યાં ત્રણ પ્રકારની ફોલ્ટ લાઇન છે: સ્ટ્રાઈક થ્રસ્ટ, સામાન્ય દોષ લાઇન જેમાં પ્લેટો એકબીજાથી દૂર જાય છે અને મધ્યમાં એક ખીણ બનાવે છે અને ત્રીજી જલદી હિમાલયની રચના કરતી રિવર્સ ફોલ્ટ લાઇન છે. તેથી હિમાલય બન્યો છે.

હિમાલય વિશ્વની સૌથી ઊંચી પર્વતમાળા છે. વિશ્વનું ઊંચું શિખર માઉન્ટ એવરેસ્ટ આ પર્વતમાળામાં આવેલું છે. તે ઉપરાંત તેમાં ૭૨૦૦ મીટર કરતાં ઊંચા ૧૦૦ કરતાં ય વધુ શિખર છે.

ભારત અને તિબેટની વચ્ચે આવેલી આ પર્વતમાળા પાકિસ્તાનની સિંધુ નદીની ખીણથી શરૂ થઈ આસામની બ્રહ્મપુત્ર નદી સુધી ૨૪૦૦

કિલોમીટર વિસ્તારમાં આવેલી છે. હિમાલયમાંથી વિશ્વની ઘણી મોટી નદીઓ નીકળે છે. એશિયાના ૧૮ દેશોને આ નદીઓનો લાભ મળે છે.

હિમાલયનો જન્મ ચારથી પાંચ કરોડ વર્ષ પહેલા એશિયા અને યુરેશિયાના ભૂતળની પ્લેટો અથડાવાથી થયો હતો. તે વિશ્વમાં સૌથી નાની ઉંમરનો પર્વત છે.

હિમાલય પર્વતમાળામાં ૧૫૦૦૦ હિમનદી છે. સૌથી લાંબી સીયચીન ગ્લેશ્યેર ૭૦ કિલોમીટરની છે. આ બધી હિમનદીમાં લગભગ ૧૨૦૦૦ ધનમીટર બરફ સ્વરૂપે પાણી સંગ્રહાયેલું રહે છે.

હિમાલયમાં વિશ્વનું સૌથી ઊંચુ શિખર એવરેસ્ટ જાણીતું છે. હિમાલય એટલે ઊંચા શિખરોવાળી પર્વતમાળા તેમાં એવરેસ્ટ જેવા ૧૧૦ જેટલો શિખરો છે તે બધા ૭૦૦ મીટર કરતાંય ઊંચા છે.

એવરેસ્ટ સહિત અન્ય ટોપ ટેન શિખરો પણ જોવા જેવા છે.

શિખર ઊંચાઈ (મીટર) પર્વતમાળાનું નામ

૧. એવરેસ્ટ ૮૮૪૮ મહાલગુર હિમાલય

૨. કે-૨/ગોડવીન ઓસ્ટીન ૮૬૧૧ બાલાતોરી કારાક્રરમ

૩. કાંચનજંધા ૮૫૮૬ કાંચનજંધા

૪. લ્હોત્સે ૮૫૧૬ મહાલંગ્ર

૫. મકાલુ ૮૪૮૫ મહાલંગ્ર

૬. ચો. ઓયુ ૮૧૮૮ મહાલંગુર

૭. ધવલગીરી ૮૧૬૭ ધવલગીરી

૮. માનસ્લુ ૮૧૬૩ માનસ્લુ

૯. નંગા પર્વત ૮૧૨૬ નંગા પર્વત

૧૦ અન્નપૂર્ણા ૮૦૯૧ અન્નપૂર્ણા

હિમાલય ઉપર લખાયેલ પુસ્તકો ની યાદી જોઈએ તો ૧૦૦ થી વધારે થાય છે જે આ પર્વત ની મહતા સાબિત કરે છે.

આ વિશ્વમાં અનેક પહાડો છે પણ હિમાલયની પર્વતમાળામાં જે આકર્ષણ છે તે બીજા કોઈમાં નથી. હિમાલયની એક જ મુલાકાત તમને બદલી શકે છે. માત્ર વેકેશન માણવાના સુંદર પહાડ નથી હિમાલય, તેમાં અનેક રાઝ દફન થયેલા છે. તેને દેવોનું ઘર માનવામાં આવે છે.

હિમાલય પર અર્ધમાનવ યેતિ સ્નોમેન પણ અસ્તિત્વ ધરાવતા હોવાની ચર્ચા છે.તિસ્તા નદી જ્યાંથી ઉદભવે છે તે ગુરુડોંગમર તળાવ ખૂબ ઊંચાઈ પર આવેલુ તળાવ છે.

તે કાંચનગ્યાઓ પર્વતની રેન્જમાં આવેલું છે. વાયકા મુજબ આ વિસ્તાર એક સમયે સૂકોભઠ હતો અને આ તળાવ આખું વર્ષ થીજેલુ રહેતુ હતુ. શિયાળામાં પણ તળાવનો એક નાનો હિસ્સો થીજ્યા વિનાનો રહે છે. આ એક મિસ્ટ્રી છે.

લોકવાયકા મુજબ એક સમયે બૌદ્ધ ગુરુ પદ્મસંભવના ચરણનો સ્પર્શ આ તળાવને થયો હતો અને લોકોનું જીવન આસાન બનાવવા તેમણે આશીર્વાદ આપ્યા હતા કે તળાવ ક્યારેય નહિ થીજે. સ્થાનિક લોકોના જણાવ્યા મુજબ તળાવમાં એક હિસ્સો એવો છે જે ગમે તેવા શિયાળામાં થીજતો નથી.

ઉત્તરાખંડમાં આ રૂટ ટ્રેકિંગ માટે ખાસ્સો લોકપ્રિય છે. રૂપકુંડ તળાવની લોકપ્રિયતા પાછળ એક ખાસ મિસ્ટ્રી છે. મુલાકાતીઓનું કહેવું છે કે અહીં માણસોના અવશેષો મળ્યા છે. એક થિયરી મુજબ આ હાડપિંજરો બીજા વિશ્વયુદ્ધના સૈનિકોના છે. તેમના પર મોટો પથ્થર પડતા તે દબાઈ ગયા હતા.

બીજી થિયરી અનુસાર તે રાજાના પરિવારના છે અને માતાજીએ તેમને આ રીતે મૃત્યુનો શ્રાપ આપ્યો હતો. પરંતુ વાસ્તવમાં આ હાડકા કોના છે, કઈ રીતે આવ્યા તે કોઈ નથી જાણતું.ગ્નાનગંજને અમરોનું શહેર કહેવાય છે. તે પણ હિમાલયની એવી જગ્યાએ આવેલું છે જ્યાં પહોંચવું શક્ય નથી.

ઘણા પર્વતારોહકો અને ટ્રેકર્સે તેનું ચોક્કસ લોકેશન્સ જાણવાની કોશિશ કરી છે. સેટેલાઈટ અને મેપિંગ ટેક્નોલોજીથી પણ આ પર્વતનું મેપિંગ કરવામાં સફળતા નથી મળી. તિબેટ અને ઈન્ડિયાના ભારતીયોનો દાવો છે કે જ્ઞાનગંજ માત્ર એક જગ્યા નહિ, કંઈ વિશેષ છે. અહીં માત્ર સંત, યોગી અને પવિત્ર લોકો જ જઈ શકે છે.

જે અહીં રહે તે અમર થઈ જાય તેવી પણ વાયકા છે. અમુક ધર્મગુરુઓએ આ સ્થળની મુલાકાત લેવાનો દાવો કર્યો છે પરંતુ સિદ્ધ નથી કરી શક્યા.ગંગખાર પ્યુએનસમઃઆ દુનિયાનું એવું શિખર છે જ્યાં કોઈ ચડી નથી શક્યું. તેનું માપ લેવાની અનેક વખત કોશિશ કરાઈ છે

પણ સફળતા નથી મળી.

ભૂટાનના લોકો માને છે કે અહીં યેતિ, દેવો સહિત પવિત્ર લોકો વસે છે. તેને ચડવાના અનેક નિષ્ફળ પ્રયાસ બાદ આ પર્વત અંગે અનેક વાયકાઓ પ્રચલિત બની છે. અહીં ચિત્ર વિચિત્ર ઘટનાઓ પણ બનતી હોવાનું જાણવા મળ્યું છે, એવા અવાજો થાય છે જેનો કોઈ ખુલાસો ન થઈ શકે અને રાતના સમયે રહસ્યમયી લાઈટ્સ પણ જોવા મળે છે.

આ પર્વતની નજીક રહેતા લોકોએ ભૂત-આત્મા જોયા હોવાનો પણ દાવો કર્યો છે.ભૂટાન ફરવા જાવ ત્યારે આ જગ્યા ચોક્કસ ફરવા જેવી છે. એક સીધું ઊંચાણ ધરાવતા પહાડ પર બનેલા બૌદ્ધ આશ્રમ પાછળ એક લોક વાયકા છે. સ્થાનિકો માને છે કે ગુરુ પદ્મસંભવે અહીં ત્રણ વર્ષ, ત્રણ મહિના, ત્રણ દિવસ અને ત્રણ કલાક માટે તપસ્યા કરી હતી.

હવે રહસ્ય એ છે કે આજની તારીખે આ જગ્યાએ ચડવું ખૂબ જ મુશ્કેલ છે. માન્યતા મુજબ ગુરુ પદ્મસંભવ તિબેટથી ઊડીને આ જગ્યાએ પહોંચ્યા હતા આથી તેને ટાઈગર્સ નેસ્ટ નામ મળ્યું છે. આ આશ્રમ ધ્યાન કેન્દ્ર તરીકે 1692માં બંધાયો હતો. હવે આવી વિકટ જગ્યાએ બાંધકામ કેવી રીતે થયું તે વિચારવાનો વિષય છે.

હિમાલય ગુગલ ફોટો

હિમાલયને દુનિયાની સૌથી રહસ્યમય જગ્યાઓ માંથી એક જગ્યા માનવામાં આવે છે. હિમાલયમાં એવા ઘણા રહસ્યો છુપાયેલા છે જે આજના વૈજ્ઞાનિકોની સમજથી બહુ દુર છે. હિમાલયના જ્ઞાનગંજ જેને સાંગ્રીલા, સંભાલા અને સિદ્ધાશ્રમ પણ કહેવામાં આવે છે.

કહેવાય છે કે હિમાલયની પહાડીઓમાં એવા ઘણા રહસ્યો છુપાયેલા છે જેને આજ સુધી કોઈ નથી ઉકેલી શક્યું. જ્ઞાનગંજ મઠ હિમાલયની તે પહાડીઓમાં આવેલ એક નાની એવી જગ્યા છે. જે માત્ર ભારતમાં જ નહિ પરંતુ તિબેટમાં પણ ખુબ જ પ્રખ્યાત છે

સિદ્ધાશ્રમ વિશે એવું કહેવાય છે કે અહીં અમર થવાનું રાઝ પણ છુપાયેલું છે. આ એવી જગ્યા છે જે સિદ્ધ પુરુષોને જ મળે છે. અહીં કોઈ સામાન્ય વ્યક્તિ નથી પહોંચી શકતી. જ્ઞાનગંજમાં આવેલ વ્યક્તિનું મૃત્યુ ક્યારેય પણ નથી થતું.

અહીં આવનાર દરેક સંન્યાસીની ઉંમર વધતી અટકી જાય છે. આ મઠમાં સમયને રોકનાર મહાત્મા તપસ્યામાં લીન રહે છે. પરંતુ મિત્રો આશ્ચર્યની વાત તો એ છે કે એ ન તો કોઈ આંખોથી જોઈ શકે છે કે ન તો એ સેટેલાઈટ એટકે કે ઉપગ્રહ માં દેખાય છે.

આ જગ્યા કોઈ ખાસ ધર્મ કે સંસ્કૃતિ સાથે જોડાયેલ નથી. લેખક જેમ્સ હેલ્ટનની એક બુક "લોસ્ટ હોરીજન્ટ અબાઉટ ધ કિંગડમ ઓફ શામડી લાંબે" માં આ જગ્યાનો ઉલ્લેખ કરવામાં આવ્યો છે.

એટલું જ નહિ ભારતના સૌથી મહાન કાવ્યો વાલ્મીકી રામાયણ અને મહાભારતમાં પણ આ જગ્યાનો ઉલ્લેખ કરવામાં આવ્યો છે. તેમાં આ જગ્યાને સિદ્ધાશ્રમ નામ આપવામાં આવ્યું છે.

આ જગ્યા કોઈ ખાસ ધર્મ કે સંસ્કૃતિ માટે નથી. જે પણ વ્યક્તિ આ જગ્યાને લાયક હોય છે તે વ્યક્તિ આ જગ્યાને અવશ્ય શોધી લે છે.

વર્ષ 1942 માં એક અંગ્રેજ અધિકારી એલ્બી ફેરલને આ જગ્યા પર કંઈક ખાસ અનુભવો થયા હતા. જેના વિશે તેણે વર્ષ 1959 માં સાપ્તાહિક હિન્દુસ્તાનમાં લખીને પ્રકાશિત કરાવી હતી.

તિબેટી બુદ્ધિસ્તનું માનવું છે કે જ્યારે દુનિયામાં વિનાશક યુદ્ધ થશે ત્યારે સંભાલાનો 25 મો શાસક દુનિયાને બચાવવા માટે આવશે.

હિમાલય ગુગલ ફોટો

શાંગ્રિ-લા એટલે કે સિદ્ધાશ્રમ દુનિયાની એક માત્ર એવી જગ્યા છે, જ્યાં આ દુનિયામાં રહેતા હોવા છતાં તમે તેનાથી કોસો દૂર છો. અહીંના અનુભવ ધરાવતા લોકોએ તેને ભૂ-શૂન્ય અને વાયુ-શૂન્ય ગણાવી છે. અહીં સમય પોતાનો પ્રભાવ છોડતો નથી.

ધાર્મિક માન્યતાઓ અનુસાર, પ્રાચીન સમયમાં હિમાલયમાં દેવતાઓ હતા. અહીં ભગવાન બ્રહ્મા, વિષ્ણુ અને શિવનું સ્થાન હતું અને તે અહીં નંદનકનન જંગલમાં ઈન્દ્રનું શાસન હતું. ઈન્દ્ર રાજ્યની નજીક ગંધર્વ અને યક્ષનું રાજ્ય પણ હતું. સ્વર્ગની સ્થિતિ બે સ્થળોએ કહેવામાં આવી છે – પ્રથમ હિમાલયમાં અને બીજું કૈલાસ પર્વત ઉપર કેટલાક કિલોમીટર ઉપર.

હિમાલય ગુગલ ફોટો

ઘણા સંશોધન મુજબ એવું કહેવામાં આવે છે કે હિમાલયમાં મનુષ્યનો ઉદ્ભવ થયો હતો. ઘણા ધાર્મિક ગ્રંથોમાં મળેલા વર્ણન મુજબ, હિમાલયના પ્રદેશમાં વિવાસ્તા નદીના કાંઠે મનુષ્યનો ઉદ્ભવ થયો છે.

બધા ધર્મો માટે વિશેષ હિમાલય પર્વત અને તેની આસપાસના ક્ષેત્રમાં જૈન, બૌદ્ધ અને હિન્દુ ધર્મના ઘણા પ્રાચીન મઠો અને ગુફાઓ છે. ઘણા ઋષિઓ અને તપસ્વીઓએ હજારો વર્ષોથી તપસ્યા કરી. આ કારણોસર, હિમાલયને માત્ર હિન્દુ ધર્મમાં જ નહીં પરંતુ તમામ ધર્મો માટે પણ ખૂબ જ વિશેષ માનવામાં આવે છે.

પ્રાચીન દંતકથાઓ અનુસાર, હનુમાનજીએ હિમાલયના પ્રદેશમાંથી સંજીવની પર્વતને જડમૂળથી ઉખેડી નાખ્યો હતો. હિમાલય એકમાત્ર એવો ક્ષેત્ર છે જ્યાં વિશ્વવ્યાપી વનસ્પતિનો સંગ્રહ છે.

હિમાલયમાં લાખો ઔષધિઓ છે, જે વ્યક્તિના તમામ પ્રકારના રોગોને મટાડી શકે છે. આ સિવાય ઘણી એવી ચમત્કારી ઔષધિઓ છે, જેનું વર્ણન અથર્વવેદ, આયુર્વેદ અને ઔષધિઓના ગ્રંથોમાં છે.

હિમાલય ગુગલ ફોટો

હિમાલયમાં આવા ઘણા પ્રાણીઓ છે, જે ખૂબ જ ઓછા જોવા મળે છે. દુનિયાનો દુર્લભ હરણ એક કસ્તુરી હરણ છે. આ હરણ માત્ર ઉત્તર પાકિસ્તાન, ઉત્તર ભારત, ચીન, તિબેટ, સાઇબિરીયા, મંગોલિયામાં જોવા મળે છે. આ કાળિયારની કસ્તુરી ખૂબ સુગંધિત છે અને તેમાં ઔષધીય ગુણધર્મો છે.

હિમાલયના પ્રદેશમાં છે ઘણા મહત્વપૂર્ણ તીર્થસ્થાનો હિમાલયમાં કેટલાક હજારો સ્થળો છે જને ભગવાન અને દેવીઓના નિવાસ સ્થાન તરીકે ગણવામાં આવે છે. હિમાલયના પર્વતીય ક્ષેત્રમાં, કૈલાસ, માનસરોવર, અમરનાથ, કૌસરનાગ, વૈષ્ણોદેવી, પશુપતિનાથ, હરિદ્વાર, બદ્રીનાથ, કેદારનાથ, ગોમુખ, દેવપ્રયાગ, ઋષિકેશ અને અમરનાથ જેવા અન્ય સ્થળો છે, જે તીર્થસ્થળના દૃષ્ટિકોણથી ખૂબ જ મહત્વપૂર્ણ માનવામાં આવે છે.

હિમાલય ગુગલ ફોટો

હિમાલય પર્વતનું વાતાવરણ અન્ય કોઈ સ્થાન કરતા અનેકગણું સારું માનવામાં આવે છે. આ સ્થાનની આસપાસ રહેતા લોકોમાં અસ્થમા, ટીબી, સંધિવા, ત્વચાનો સોજો, સંધિવા, અસ્પષ્ટતા અને આંખના રોગ જેવા રોગો ક્યારેય હોતા નથી.

જમ્મુ-કાશ્મીર, સિક્કિમ, હિમાચલ, ઉત્તરાખંડ, આસામ, અરુણાચલ વગેરે હિમાલયન રાજ્યના લોકોના સ્વાસ્થ્ય અન્ય પ્રાંતના લોકો કરતાં વધુ સારૂ છે.

હિમાલયના મેદાનોમાં, દૈવી ય અમૃત નદી આજે પણ વહે છે. જે તીવ્ર તપસ્યા કર્યા પછી જ દેખાય છે.7 સાધુઓએ તીવ્ર તપસ્યા કર્યા પછી આ નદી શોધી કાઢી અને તેના પાણીના સેવનથી તેઓ પણ અમર થઈ ગયા.

આજે પણ આ ઋષિઓ હિમાલયના જ્ઞાનગંજમાં તપશ્ચર્યા કરે છે. આના પર અનેક પુસ્તકો પણ લખવામાં આવ્યા છે.

વાનર-મનુષ્ય વિશેની આવી ઘણી કલ્પનાઓમાં એક ચેતી પણ છે. ચેતીની કલ્પનાનાં મૂળિયાં લોકકથાઓમાં રહેલાં છે. આ પાત્રને પૌરાણિક માનવામાં આવે છે અને શેરપાઓની દંતકથાઓ અને ઇતિહાસનો તે અગત્યનો ભાગ છે.

પૂર્વ નેપાળમાં 12,000 ફૂટથી વધુની ઊંચાઈએ પહાડો વચ્ચે શેરપાઓ વસેલા છે. શેરપા અને ચેતીની દંતકથાઓ વિશેના પોતાના પુસ્તકમાં શિવ ઢકાલે આવી 12 લોકકથાઓ એકઠી કરી છે.

ઢકાલ કહે છે, "ચેતીની લોકકથાઓથી ચેતવણી આપવાનો અને નૈતિકતા જગાવવાનો જ કદાચ ઈરાદો હતો. ખાસ કરીને બાળકોને સમૂહથી દૂર ના જવાનો અને તેઓ સમૂહ સાથે રહીને જ સલામત છે તેવો સંદેશ આપવાનો પ્રયાસ હતો."

"કેટલાક કહે છે કે ચેતી માત્ર ભયની કલ્પના છે, જેના કારણે પહાડી લોકો વધારે મજબૂત બને અને કપરા હવામાનમાં પણ ટકી રહેવા હિંમતવાન બને."

આ પછી પશ્ચિમના પર્વતારોહકો હિમાલયમાં ફરતા થયા તે પછી ચેતીની દંતકથા વધારે ખતરનાક અને સનસનાટી ભરી બનવા લાગી. ઘણા પર્વતારોહકોએ ખાસ હિમમાનવને શોધી કાઢવા માટેની સાહસયાત્રાઓ આરંભી હતી

1921માં રાજકારણી અને સાહસિક ચાર્લ્સ હોવાર્ડ-બ્યુરીની આગેવાનીમાં બ્રિટિશ પર્વતારોહક દળ માઉન્ટ એવરેસ્ટ સર કરવા માટે પહોંચ્યું હતું.

તેમણે કેટલાક વિશાળ કદના પગલાંની છાપ જોઈ. તેમને જણાવાયું કે આ 'મેતો-કાંગમી'ના પગની છાપ છે. મેતો-કાંગમી એટલે 'મનુષ્ય-રીંછ જેવો હિમમાનવ'.

આ ટુકડી પરત ફરી ત્યારે તેના કેટલાક પર્વતારોહક સભ્યોના ઇન્ટરવ્યૂ એક પત્રકારે કર્યા હતા. કમનસીબે આ રિપોર્ટર હેન્રી ન્યૂમેન વધારે હોશિયાર નહોતા.

પ્રથમ તો તેમણે 'મિતો'નો અનુવાદ 'ગંદો' એવો કર્યો. આટલાથી સંતોષ ન થયો તો આગળ વધીને 'ઘૃણાસ્પદ' એવો અર્થ આખરે કાઢ્યો.

તેના કારણે એક નવી દંતકથાનો જન્મ થયો. સ્થાનિક લોકોને પગલાંની છાપ જોવા મળી તેવા અહેવાલોનો અનુવાદ પશ્ચિમમાં આવો જ થતો રહ્યો અને તેના આધારે રહસ્યમય વાનર જેવા નર કે હિમમાનવની વાતો ઘૂંટાતી ગઈ.

1950ના દાયકા સુધીમાં લોકોને તેમાં ભારે રસ પડવા લાગ્યો હતો. ઘણા પર્વતારોહકોએ ખાસ હિમમાનવને શોધી કાઢવા માટેની સાહસયાત્રાઓ આરંભી દીધી.

હોલીવૂડના ફિલ્મસ્ટાર જેમ્સ સ્ટુઅર્ટને પણ રસ પડ્યો અને તેમણે દાવો કર્યો કે પોતે યેતીની આંગળી શોધી લાવ્યા છે. 2011માં તેનો ડીએનએએ ટેસ્ટ થયો ત્યારે ખ્યાલ આવ્યો કે તે આંગળી યેતીની નહીં, મનુષ્યની હતી. 1980ના દાયકામાં હિમાલયમાં યેતી જોવા મળ્યો હોવાનો દાવો પણ થયો છે

તે પછી તો બરફમાં મળતી પગલાંની છાપ, યેતી વિશેની ફિલ્મો, ઝાંખી તસવીરો અને પર્વતારોહકોના પોતે યેતીને ભાળી ગયા એવા ગપગોળા ચાલતા જ રહ્યા છે. યેતીનું મનાતું હાડપીંજર મળી આવ્યું કે હાડકા અને વાળના અવશેષો મળી આવ્યાના દાવા પણ થતા રહ્યા.

જોકે, આ બધા જ દાવા ખોટા ઠર્યા છે. અવશેષોની તપાસ થાય ત્યારે રીંછ, એન્ટીલોપ કે વાનરો જેવા બીજા પહાડી પ્રાણીઓના તે હોવાનું સ્પષ્ટ થતું રહ્યું છે.

કોઈ નક્કર પુરાવા ના હોવા છતાં હજીય ઘણા હિમાલયમાં યેતીને શોધવા નીકળી પડે છે. યેતીની આ ઘેલછા ક્રિપ્ટોઝૂલૉજીનો નમૂનો છે. એટલે કે એવા પ્રાણીની શોધ કરવાની ઘેલછા, જેના અસ્તિત્વના કોઈ પુરાવા ઉપલબ્ધ ના હોય.

યેતીની શોધમાં સૌથી જાણીતું નામ કદાચ રેનોલ્ડ મેસનરનું છે. 1980ના દાયકામાં હિમાલયમાં પોતાને યેતી જોવા મળ્યો હતો એવો દાવો તેમણે કર્યો હતો.

આ રહસ્યને ઉકેલવા માટે ત્યારથી અત્યાર સુધીમાં તેઓ ડઝનથી વધુ વાર હિમાલયનો પ્રવાસ કરી ચૂક્યા છે. યેતી જોયા હોવાના બધા દાવા વિશે મેસનરનું બહુ સાદું તારણ છે કે યેતી એક રીંછ છે.

રેનોલ્ડ મેસનરનું કહેવું છે કે યેતીની દંતકથામાં અસલી રીંછની એક જાતિની બાબત અને શેરપાઓની જંગલી પ્રાણીઓની

લોકકથાઓનું મિશ્રણ થયું છે

મેસનર એવું કહે છે કે ચેતીની દંતકથામાં અસલી રીંછની એક જાતિની બાબત અને શેરપાઓની જંગલી પ્રાણીઓની લોકકથાઓનું મિશ્રણ થયું છે.

મેસનર કહે છે, "ચેતીનાં પગલાંઓની જે પણ છાપ જોવા મળી છે, તે બધાં એક જ પ્રકારનાં રીંછનાં પગલાંની છે. ચેતી કોઈ કલ્પનાનું પાત્ર નથી. ચેતી એક વાસ્તવિકતા છે."

હોવાર્ડ-બ્યૂરી અને ન્યૂમેન વગેરેએ ચેતી કોઈ વાનર-માનવ હોવાની વાત ફેલાવી છે તેની સામે મેસનરને ભારે વાંધો છે.

"તેમને ચેતી નિએન્ડરથાલ જેવો હોવાનું માનવું ગમે છે. મનુષ્ય અને વાનર વચ્ચેના સ્વરૂપ તરીકે ચેતીને જોવાનું તેમને ગમે છે." 2014માં મેસનરના અભિપ્રાયને અણધારી દિશામાંથી સમર્થન મળ્યું હતું - જીનેટિક્સના ક્ષેત્રમાંથી સમર્થન મળ્યું હતું.

એવું તારણ નીકળ્યું છે કે હિમાલયમાં એવા રીંછ રહે છે જેની ઓળખ થઈ નથી

યુકેની ઓક્સફર્ડ યૂનિવર્સિટીના જીનેટિક્સના ભૂતપૂર્વ પ્રોફેસર બ્રાયન સાઇક્સે નક્કી કર્યું કે ચેતીના કહેવાતા અવશેષોની જીનેટિક્સની રીતે તપાસ કરવી.

તેમણે અને તેમની ટીમે ચેતીના મનાતા વાળના નમૂનાની ચકાસણી કરી. આમાંના ઘણા નમૂના મેસનરે તેમને આપ્યા હતા.

આ ધારી લેવાયેલા 'ચેતી'ના ડીએનએના નમૂનાઓની સરખામણી બાદમાં અન્ય પ્રાણીઓના જેનોમ્સ સાથે કરવામાં આવી.

ટીમને જાણવા મળ્યું કે હિમાલયમાંથી મળેલા બે નમૂના 40,000 વર્ષ પહેલાં ધ્રુવ પ્રદેશમાં જીવતા હતા તેવાં રીંછ, પોલર બેઅરને મળતા આવે છે.આ બે નમૂનામાંથી એક ભારતના લદ્દાખમાંથી અને બીજો ભૂટાનમાંથી મળ્યો હતો.

તેના પરથી એવું તારણ કાઢવામાં આવ્યું કે હિમાલયમાં એવાં રીંછ રહે છે જેની ઓળખ થઈ નથી. તે કદાચ પ્રાચીન પોલર બેઅર અને બ્રાઉન બેઅરની મિશ્ર ઓલાદ હશે.

ટીમે જણાવ્યું હતું, "જો આવી રિંછ પ્રજાતી હિમાલયમાં ઠેર ઠેર રહેતી હશે તો તેના કારણે ચેતીની દંતકથા પેદા થઈ હશે."

ડેન્માર્કની કોપનહેગન યુનિવર્સિટીના રોસ બાર્નેટ કહે છે કે, "હિમાલયમાં પોલર બેઅર રહેતા હોવાની વાત બહુ રોમાંચક લાગી હતી."

તે વખતે ઓક્સફર્ડ યુનિવર્સિટીમાં કામ કરતા સેરિડ્વેન એડવડ્ર્સ સાથે મળીને આ દાવાની ચકાસણી કરવાનું તેમણે નક્કી કર્યું હતું.

સ્કાઇસ અને તેમના સાથીઓએ ડીએનએ ટેસ્ટ કર્યા હતા તેના ડેટા જિનબેન્ક તરીકે ઓળખાતા ડેટાબેન્કમાં જાહેરમાં મૂક્યા હતા. બાર્નેટ કહે છે, "ત્યાંથી ડેટા ડાઉનલોડ કરી લેવાનું કામ સહેલું હતું." ડેટાની ચકાસણી તેમણે કરી ત્યારે તેમાં મોટી ભૂલ હોવાનું તેમના ધ્યાને આવ્યું.

બાર્નેટ કહે છે, "તેમણે દાવો કર્યો હતો તે પ્રમાણે પોલર બેઅર સાથે નમૂના બરાબર મેચ થતા નહોતા. નમૂના આધુનિક પોલર બેઅર સાથે મેચ થતા હતા અને મેચ થવાનું પ્રમાણ પણ ઘણું ઓછું હતું."

આ ખુલાસા થયા પછી અગાઉનું તારણ એટલું આકર્ષક રહ્યું નહોતું. હિમાલયમાં ધ્રૂવીય રીંછ છુપાઇને રહે છે તેવી રસપ્રદ વાતના બદલે બાર્નેટ અને એડવડ્ર્સે તારણ કાઢ્યું કે વાળના ડીએનએને નુકસાન થયેલું હતું.

આવો જ અભ્યાસ ત્યારબાદ વૉશિંગ્ટન ડીસીની સ્મિથસોનિયન ઇન્સ્ટિટ્યૂટના એલીએસર ગ્યુટીએરેઝ અને કેન્સાસ યુનિવર્સિટીના રોનાલ્ડ પાઇને પણ કર્યો.

ડીએનએ સિક્વન્સની સરખામણી કર્યા બાદ તેઓને લાગ્યું કે કહેવાતા 'યેતી'ના નમૂના બ્રાઉન બેઅર, ભૂરા રીંછ સિવાય બીજા કોઈ પ્રાણીના હોય તેવું માનવાનું કોઈ કારણ નથી.સ્કાઇઝ અને તેમની ટીમે પણ આખરે પોતાની ભૂલ કબૂલતું નિવેદન જાહેર કર્યું હતું.

તેઓએ એ વાત તરફ ધ્યાન દોર્યું કે "હિમાલયન 'યેતી'ના નમૂના અત્યાર સુધી અજાણ્યા એવા પ્રાણીના નથી તે વાત અકબંધ રહે છે." બીજા શબ્દોમાં કહીએ તો આ નમૂના કોઈ વાનર-મનુષ્યના હોય તેવું લાગતું નથી.

આપણે એ જાણીએ છીએ છે કે હોમિનિડ પ્રકારની જાતિની વસતિ લાંબો સમય સુધી છુપી રહી શકે છે.જો વાનરમાનવ જેવી પ્રજાતિની વસતિ હજી ક્યાંક જીવતી હોય તો કેટલીક બાબતો આપણી નજરે

ચડવી જરૂરી છે

સાઇબેરિયામાં રહેતા ડેનિસોવન્સનો જ દાખલો લઈ લો. સાઇબિરિયાની ગુફાઓમાંથી મળેલા કેટલાક અવશેષો પરથી આવી મનુષ્ય પ્રજાતિ રહેતી હતી તેવો ખ્યાલ આવ્યો હતો.

લુપ્ત થયેલી આ પ્રજાતિના અવશેષો છેક 2008માં મળ્યા હતા. જીનેટિક વિશ્લેષણ કરવામાં આવ્યું તેના પરથી ખ્યાલ આવ્યો કે લાખો વર્ષો સુધી તે પ્રજાતિ જીવિત રહી હતી. લગભગ 40,000 વર્ષો પહેલાં જ તેનો નાશ થયો હતો.

બીજી એક લુપ્ત થયેલી પ્રજાતિ હજી હમણાં સુધી જીવતી હતી. 'હોબ્બિટ' તરીકે ઓળખાતા ઠિંગણા કદની હોમો ફ્લોરેસિએન્સિસ પ્રજાતિ ઇન્ડોનેશિયામાં લગભગ 12,000 વર્ષો પહેલાં સુધી અસ્તિત્ત્વ ધરાવતી હતી.

તેના પરથી કહી શકાય કે આવી બીજી પ્રજાતિ પણ હશે, જેના વિશે હજી આપણે જાણતા નથી.

2004માં નેચર મેગેઝીનમાં હોબ્બિટની શોધ થયા પછી લખેલા એક લેખમાં હેન્રી જીએ લખ્યું હતું કે: "હજી હમણાં સુધી હોમો ફ્લોરેસિએન્સિસ જાતિ જીવતી હતી, તેવી શોધ થઈ છે તે પછી ચેતી જેવી જાતિઓ વિશેની દંતકથાઓનો થોડો આધાર હકીકત પર હશે એવું બની શકે."

હિમાલયમાં એવા સ્થળો છે, જ્યાં થિયરીમાં વિશાળ કદના એપ્સ જીવી શકે તેમ છે.કોઈ વસતિ હોય તે વિસ્તારમાં જાવ તો તેની હાજરી ના પરખાય તેવું બને નહીં.

બાર્નેટ કહે છે, "બહુ ઓછી જોવા મળતી પ્રાઇમેટ પ્રજાતિઓ, જેમ કે બોનોબો અને ઉરાંગઉટાંગની વાત કરો તો તેમને પણ શોધી કાઢવા સહેલા હોય છે."

હિમાલયના પહાડોમાં કામ કરી ચૂકેલા, યુનિવર્સિટી ઓફ ટેનિસિના વ્લાદિમિર ડાઇનેટ્સ કહે છે, "હિમાલયમાં એવાં સ્થળો છે, જ્યાં થિયરીમાં વિશાળ કદના એપ્સ જીવી શકે તેમ છે."

"આ બધાં સ્થળે મનુષ્યો પણ વસે છે. તેના કારણે ઉંદરથી મોટા હોય તેવા લગભગ બધા પ્રકારનાં સસ્તન પ્રાણીઓનો શિકાર થાય છે."

અહીં આવાં કોઈ પ્રાણી રહેતા હોય તો તેણે પૂરતો ખોરાક મેળવવા માટે દૂર દૂર સુધી ફરવું પડે. તેનો અર્થ એ કે તેમના માટે છુપાઈને રહેવું મુશ્કેલ બને.

ક્લાઇમેટ પણ એક મુદ્દો છે. હિમાલયમાં એટલું આકરું હવામાન હોય છે કે તેમાં પ્રાણીઓ માટે જીવવું મુશ્કેલ હોય છે.

ડાઇનેટ્સ કહે છે, "સૌથી વધુ ઠંડી સહન કરી શકતા જાપાની વાનરો જેટલા તે મજબૂત હોય તો પણ આકરા શિયાળામાં તેણે સબટ્રોપિકલ જંગલોમાં નીચેની તરફ આવવું પડે."

તેનો અર્થ એ થયો કે તે ધ્યાને ચડી જ જાય. "આવાં જંગલો હવે નાના-નાના વિસ્તારોમાં જ રહી ગયા છે. મોટા ભાગનાં જંગલોને ખેતી કરવા માટે સાફ કરી દેવાયાં છે."આમ છતાં યેતીની વાતો બંધ થતી જ નથી.

હિમાલયમાં કોઈ અજાણ્યું પ્રાણી રહેતું હોય તેવા કોઈ પુરાવા નથી. આવું કોઈ પ્રાણી પહાડોમાં રહી ના શકે તેમ માનવાનાં બહુ બધાં કારણો પણ છે. હિમાલયમાં ધ્રુવીય રીંછ રહેતાં હોય તેવા પુરાવા પણ ટકી શકે તેવા નથી.

દંતકથામાં રીંછ હશે ખરાં, પણ તે કદાચ બ્રાઉન બેઅર, ભૂરા રીંછ હોય છે, જે એશિયામાં આમ પણ સામાન્ય રીતે જોવા મળે છે.બાર્નેટ માને છે કે ભૂરા રીંછ જેવાં પ્રાણીઓને ખોટી રીતે યેતી માની લેવાને કારણે આવી વાતો વધારે ચાલે છે.

હિન્દુ ધર્મ ગ્રંથોનુસાર બ્રહ્માંડનું સર્જન અને તેના વિનાશની જવાબદારી સંભાળનાર ભગવાન શિવ કૈલાસ પર્વત પર પોતાના પરિવાર સાથે નિવાસ કરે છે. કહેવાય છે કે,વિશ્વમાં ત્રણ કૈલાસ પર્વત છે.

જેમાં પ્રથમ કૈલાસ માનસરોવર, જે તિબેટમાં છે. બીજો કૈલાસ પર્વત ઉત્તરાંચલમાં છે. જયારે ત્રીજો કિન્નોર કૈલાસ હિમાચલ પ્રદેશમાં છે.

આ પર્વત પર જતા અગાઉ વચ્ચે એક પર્વત આવે છે, જને ઓમ પર્વતના નામથી ઓળખવામાં આવે છે. આ પર્વત પર ભગવાન શિવનું અસ્તિત્વ હોવાનું માનવામાં આવે છે.

હિમાલય ગુગલ ફોટો

આ પર્વત ભારત-તિબેટની સીમા પર છે. સમગ્ર પર્વત પર પ્રાકૃતિક રીતે ઓમની આકૃતિ બનેલી છે.

સમુદ્ર તળથી ઓમ પર્વતની ઉંચાઇ ૬૧૯૧ મીટર છે. હિન્દુ માન્યતાનુસાર હિમાલયમાં કુલ ૮ સ્થળોએ ઓમની આકૃતિ બનેલી છે. પરંતુ અત્યાર સુધીમાં ફકત ત્રણ સ્થળની શોધ થઇ છે.

ઓમ પર્વત સાથે અનેક પૌરાણિક કથાઓ જોડાયેલી છે. આ પર્વત પર પ્રાકૃતિક રીતે ઓમ બનવાની બાબતને લોકો ઇશ્વરનો ચમત્કાર માને છે. હિમાલયમાં ઓમ પર્વતનું વિશેષ સ્થાન છે. આ પર્વતને છોટા કૈલાસ તરીકે પણ ઓળખવામાં આવે છે.

આ પર્વત પર બરફ પડવાથી પ્રાકૃતિક રૂપે ઓમનો ધ્વનિ સંભળાય છે. અહીં આવનાર યાત્રિકો પણ આ ઓમનો રણકાર સાંભળી શકે છે.

જો કે વિશેષજ્ઞોનું માનવું છે કે, પર્વત પર બરફ પડવાના કારણે આવો ધ્વનિ સંભળાઇ શકે છે. જયારે આ પર્વતના શિખર પર સૂર્યનું પ્રથમ કિરણ પડે છે ત્યારે ઓમ શબ્દની સ્વર્ણિમ આભા ચમકવા લાગે

છે.

આ પર્વત સદીઓથી આ સ્થળે સ્થિત છે. પરંતુ તે અંગેની જાણ લોકોને ૧૯૮૧માં થઇ હતી. કહેવાય છે કે હિમાલય પર્વત શૃંખલામાં હજુયે અનેક પર્વતો એવા છે જયાં દેવી-દેવતાઓનો વાસ હોવાની આસ્થા છે.

સંદર્ભ : હિમાલય ઉપર લખાયેલ ગુજરાતી નિબંધ , ગુજરાતી લેખ , ગુજવિશ્વકોશ ,ઈન્ટરનેટ, વિકિપીડિયા અને વિવિધ અખબારી અહેવાલ, બ્લોગ, વેબ સાઈટ , ગુગલ ફોટો માંથી માત્ર માહિતી આપી છે.